முத்தம்

வல்லிக்கண்ணன்

Title: Mutham

Author: Vallikannan

Language: Tamil

First Published on: 1950

Year of Publication: 2024

Book Format: Paperback

*Page Size: 6inch * 9inch*

Category: Fiction

Subject: Short Novel

No. of pages: 44

ISBN: 978-81-990343-1-0

Published by: Nilan Publishers, Madurai, Tamilnadu, India

பொருளடக்கம்

குறிப்புகளுக்காக

முத்தம்

அத்தியாயம்: 1

'தென்னம்பாளை பிளந்து, சிந்திடும் சிரிப்புக்காரி' பத்மா புன்னகை பூத்தப்படி, சொன்னாள் 'அதெல்லாம் என்னிடம் நடக்காதடியம்மா! என் கிட்டே நடக்காது, தெரியுமா?' என்று.

'நீ என்ன பெரிய சிங்கியோ?' என்று குறும்பாகச் சொன்னாள் காந்திமதி.

'பத்மா, நீ ஸர்க்கஸ்வாலி என்று பெயர் வைத்துக் கொண்டு, சிங்கங்களை அடக்கும் பயிற்சியில் ஈடுபடலாம். ஜானகி வாத்தியாரம்மா. தேவகி டாக்டரம்மா. காந்திமதி. என்னவோ ஆகப் போகிறாளாமே!' என்று இழுத்து, பேச்சுக்கேற்ப நாட்டியமாடி நெளிந்து நின்றாள் பச்சை மயில் போன்ற புஷ்பா.

ஜானகி கலகலச் சிரிப்போடு கத்தினாள்: 'தெரியாதா? ஒரு சினிமாப் படத்திலே வந்துதே—'மயிலாப்பூர் வக்கீலாத்து மாட்டுப் பெண்ணாகணும்'னு. அது மாதிரி!......'

'போடி!' என்று பொய்க் கோபம் காட்டினாள் காந்திமதி.

'நம்ம கோஷ்டியிலே சினிமா ஸ்டார் ஆக வேணும்னு யாரும் ஆசைப்படலே போலிருக்கு. ஏண்டி புஷ்பா! அந்தக் குறையிருப்பானேன்? நீ வந்து'......

பத்மா பேசி முடிக்கவில்லை. அதற்குள் புஷ்பா கத்தினாள்: 'அது சரி பத்மு. உனக்கு ஏன் இந்தக் கோளாறான கருத்து? எல்லோரையும் போல........

'அதிலே என்ன சிறப்பு இருக்கு? ஆயிரத்தோடு ஆயிரத்தொண்ணு என்று எல்லாரும் வாழப் போய்க் தான் இந்த ஆண்கள் சூரப்புலிகள் மாதிரி ஜம்பம் பேசிக் கொண்டு திரிகிறார்கள். என்னை மாதிரிப் பலபேர் தேவை' என்று உறுதியாக மொழித்தாள் பத்மா.

'உன்னை மாதிரிப் பெண்களே நினைவில் நிறுத்தித் தான் நீட்ஷே சொல்லியிருப்பான் போலிருக்கு -பெண்களை அணுகும் போது கையிலே சவுக்கு, எடுத்துக்கொண்டு போ என்றானாம். பெண்களுக்கு, கசையடி தான் தேவையாம். இதைச் சொல்லி விட்டு கிண்கிணிச் சிரிப்பைக் காற்றில் கலக்க விட்டாள் புஷ்பா.

'அவன் கெட்டான் பைத்தியக்காரன். அவன் திமிரை ஒடுக்க ஒரு நீட்ஷி இல்லாமல் போனாள் போலும்!

'நீட்ஷியா ராட்க்ஷஸியாடீ?'

'கிடக்கிறது பத்மா. காதலைப் பற்றி நீ என்ன தான் நினைக்கிறாய்? காதல் என்பதிலேயே உனக்கு நம்பிக்கை கிடையாதா?' என்று வினவினாள் தேவகி.

பத்மா கர்வமாகத் தலை நிமிர்த்தி 'காதலாவது ஹூம்ப்' என்று முகத்தைச் சுழித்தாள். காதல் கீதல் என்கிறதெல்லாம் இந்த ஆண்களின் பைத்தியக்காரத்தனம், அசட்டுத்தனம், மனக்கோளாறு, வெறித்தனங்களை மூடி மறைக்க உபயோகப்படுகிற கவித்வமான ஒரு போர்வை.

அவ்வளவுதான். வெறும் கதைப்புகள்தான் எல்லாம். புரிஞ்சுதா? என்று அறிவித்தாள்.

'அப்படீன்னா ஆண்கள் எல்லோரும் பைத்தியங்கள், அசடுகள் என்று சொல்கிறாய்?'

'சொல்வதென்ன! அது தானே உண்மை. லட்சியக் காதலுக்கு எடுத்துக்காட்டு என்று பிரமாதப்படுகிறதே லைலாமஜ்னு கதை. அதில் ஒரு உண்மை உங்களுக்குத் தெரியுமோ? லைலா அழகியில்லையாம். கோர சொரூபியாம். பார்க்கவே அருவருப்பு தரும் விகார ரூபம் பெற்றவள். உதடும், மூக்கும்- ஐய்ய! அத்தகைய அவலட்சணம் தான் பூமியிலே சொர்க்க இனிமை அளிக்கக் கூடியவள்; அவள் இல்லையென்றால் வாழ்வே இல்லை என்று திரிந்தானே பைத்தியக்காரன்! அதுமாதிரித்தான் பெரும்பாலானவர்கள்........'

காந்திமதிக்கு இயல்பான சந்தேகம் எழுந்தது. எல்லோர் உள்ளத்திலும் பிறந்ததுதான். அதை ஒலிபரப்பினாள் அவள்: 'அது சரி, பத்மா. கல்யாணம் செய்துகொள்ளாமல். ஆண்வாடையே வேண்டாத அல்லிராணியாக, வாழ்ந்து விடலாம்; வாழ முடியும் என்று நம்புகிறாயா?'

'ஆமாம். ஏன் முடியாது? பிளாட்டோ சொல்லியிருக்கிறானே. அந்த லட்சிய நிலையை உலகிலே அமுலுக்குக் கொண்டுவர முயன்றால் என்ன? பெண்களை பிள்ளை பெறும் இயந்திரங்களாகவும், ஆண்களின் ஆசையைத் தணிக்கும் கருவிகளாகவும் உபயோகித்து, பெண்களின் வாழ்வைப் பாழாக்குவதோடு, பெண்களையே எப்போதும் பழித்துக் கொண்டு திரியும் போக்கை தடுக்க அவ்வப்போது என்னைப் போன்ற சிலராவது முன்வரவேண்டும. பெண்கள் தனித்தியங்க முடியாது என்றால், பவித்திரமான நட்பு முறையிலே கலந்து பழகட்டுமே!'

அவள் உற்சாகமாகத் தான் பேசினாள். ஆனால் தோழிகளுக்கு சுவை குன்றி விட்டது. முதலில் சும்மா வம்பளப்பாகத் தொடங்கினார்கள். பத்மா இட்சிய விளக்கப் பிரசங்கத்தில் இறங்கவும், இவள் லெக்சரடிக்க ஆரம்பித்தால், லேசிலா முடிவு காண்பாள்' என்று பட்டது.பொழுது போக்குப் பேச்சை தொணதொணப்பாக்கிக் கொள்வதை எப்படி சகிக்க முடியும்?.

'அந்த லட்சியக் காதல்-பிளட்டானிக் லவ்-எல்லாம் பேச்சுக்கும் கனவு காணவும் தான் லாயக்கு. நடைமுறையில் படுதோல்விதான் அடையும்' என்று தேவகி கூறினாள். 'நீ தான் இப்போ இவ்விதம் பேசுகிறாய். எப்பவும் இதே மாதிரியா இருந்துவிடப் பேசறே? பார்க்கலாமே!'

அதற்குத்தான் பத்மா சொன்னாள் என்னிடம் அதெல்லாம் நடக்காது' என்று.

பேச்சை நிறுத்துவதற்கு சுலபமானவழி கண்டுபிடித்தாள் குறும்புக்காரி புஷ்பா. வளைகள் கலகலக்கும் தன் கரங்களை மாலை போல் பத்மாவின் கழுத்தில் கோர்த்து, அருகணைந்து, இவ்வளவு அழகும் வீணாகவா போகணும்? கவிகள் சொல்வதுபோல இளம்பிறை நெற்றி, வில்புருவம், கருவண்டுக் கண்கள், சம்பங்கிப்பூ மூக்கு, ரோஜா உதடுகள், மாம்பழக் கன்னங்கள்...த்ஸொ த்ஸொ!..இவ்வளவும் பாழாகவா பயனற்றா போகணும் என்கிறாய் பத்மு? அடி என் பத்மு' என்று கொஞ்சிக் கேலிசெய்தாள்.

பத்மாவுக்கோ எரிச்சல், அவள் ஆத்திரத்தை அதிகமாக்கியது ஜானகியின் பேச்சு.'கவலைப்படாதே புஷ்பா!அவளே தானாக காயுதே...பாலு போல நிலவு வீணாகக் காயுதே என்று பாடிப் பெருமூச் செறிந்து ஜோடி தேட ஆரம்பித்துவிடுவாள்.... கண்ணாடிக் கோப்பைகளைக் கீழே போட்டதும் எழுதுவது

போல், தெறித்து ஒலித்தது பெண்களின் சிரிப்பு. பத்மாவின் முகம் சிவந்தது. 'போங்களடி... வேலையற்றுப் போய்...' என்று முனங்கினாள்.

புஷ்பா லேசில் போக விடுவாளா அவளை! 'என்ன இருந்தாலும் நீ பெண்தான் பத்மா. பிரமாதமாகப் பேசினாய். ஆனால், வெட்கம் உன் மூஞ்சியில்...' என்றாள்.

'சரி சரி! உன் கிட்டேதான் கேட்டாங்க' என்று எரிந்து விழுந்து, அவளை உதறி விட்டு நகர்ந்தாள் பத்மா.

தோழிகளின் உல்லாசச் சிரிப்பு, அருவி நீர் போல் துள்ளிக் குதித்துக் கலகலத்தது.

அத்தியாயம்: 2

தோழிகளோடு உல்லாசமாகப் பேசிக் கொண்டிருந்த போது, உணர்ச்சிப் பரவசத்திலேதான் வார்த்தைகளைக் கொட்டி விட்டாள் பத்மா. என்றாலும், காற்றிலடி பட்டு வரும் வித்து, தானாக நிலத்தில் எங்கேனும் விழுந்ததும், முளை விட்டுச் செடியாகிப் பெரிதாக வளர்ந்து விடுவது போல, உள்ளத்தில் முளைத்த எண்ணம் வலுவுற்று வளர்ந்து கொண்டிருந்தது.

ஆமாம். ஏன் அப்படி இருக்கக் கூடாது? கல்யாணமே செய்து கொள்ளாமல், ஆண்களோடு உறவு கொள்ளாமலே வாழ முடியாதா என்ன? எனக்கு அது சுத்தமாப் பிடிக்கவேயில்லை. கல்யாணம், குடும்பம், பிள்ளை பெறுவது... ஒரு பிள்ளை பிறகு ஒரு பிள்ளை... பிறகு, திரும்ப, மீண்டும்—பிள்ளை, பிள்ளை, பிள்ளையோ பிள்ளை. இதற்குத்தானா பெண் ஜன்மம்? அப்படியென்றால், கல்லூரிப் படிப்பு எதற்கு? தாலி கட்டப்படுவதும், குடும்ப அலுவல்களையெல்லாம் கவனிக்கும் பணிப்பெண்ணாக மாறுவதும், கணவன் இஷ்டம் போலெல்லாம் இயங்கி வாழ்வதும்-அது ஒரு வாழ்வா! அர்த்தமற்ற பொம்மலாட்டம், 'வாழையடி வாழையாக' அப்படித் தான் வாழ்ந்து வருகிறார்கள்; அது தான் தர்மம் என்று சொன்னால், அவர்களுக்கு வாழத் தெரியவில்லை என்று தான் அர்த்தம், அமெரிக்காவிலும் ரஷ்யாவிலும் பெண்கள் இப்படியா வாழ்கிறார்கள்? இங்கு தான் தங்கள் வாழ்வையும், சுற்றியுள்ளவர்கள் வாழ்க்கையையும் கெடுத்துக் கொண்டு.....

அது மாதிரி வாழ நான் தயாராகயில்லை. கல்யாணமும் வேண்டாம்; காடாத்தும் வேண்டாம். ஒரு கருமாதியும் வேண்டாம் போ! வாழ்விலே புதுமை இருக்கணும், செக்கு மாடு மாதிரி தடம் விழுந்த பாதையிலேயே சுற்றிச் சுற்றி வந்து கொண்டு....... ஹூம்!'

இவ்விதம் அடிக்கடி எண்ணிக்கொண்டாள் பத்மா. அவள் கலாசாலையில் படிப்பவள். 'ஒரு மாதிரி' என்பது அவளைப்பற்றி மற்றவர்கள் சொல்லும் குண எடை. அதாவது ஸ்குரூ கொஞ்சம் லூஸ்! என்ன புஸ்தகம் கிடைச்சாலும் உயிரைக் கொடுத்துப் படிக்கத் தொடங்கி விடுவாள். சதா கற்பனையும் கனவும் தான். தெருவிலும் கல்லூரியிலும் நம் நடுவிலும் அவள் நடமாடினாலும், அவள் உள்ளம் சதா வேறு எங்கோ தான் பறந்து கொண்டிருக்கும். கவைக் குதவாத கனவும், வாழ்வுக்கு ஒத்துவராத கற்பனையும் அவளுக்கு நிலாச்சோறு மாதிரி. அத்தகைய விஷயங்களை வைத்துக்கொண்டு. பேச ஆரம்பித்தாளோ-அவ்வளவுதான். பன்னாப் பன்னாயென்று பஞ்சு வெட்டுறது, கொட்டை நூற்கிறது என்று சொல்வார்களே சிலர் பேச்சைப் பற்றி அந்த ரகம்தான். விரிவாக ஆராயப்போனால், இவ்வித விளக்க உரை கிடைக்கும் அவளது தோழிகளிடமிருந்து!

மற்றவர்கள் தன்னைப் பற்றி என்ன சொல்வார்கள் என்கிற கவலையே பத்மாவுக்குக் கிடையாது. அவள் மனம் பகற் கனவிலே பறந்து கொண்டிருக்கும். அவள் கற்பனை இன்பமயமான எதிர்காலம் என்கிற பசுஞ்சோலையிலே வட்டமிட்டு மயங்கும். லட்சியக் கனவுகளைச் சித்திரித்துக்கொண்டிருக்கும் சிந்தனை. ஆகவே, தன் வாழ்வில் புரட்சிகரமான புதுமை வேண்டும் என அவள் எண்ணியதில் வியப்பில்லை. லட்சியக் கொள்கைகளே-நடைமுறையில் சாத்தியமா; அனுபவ சாத்தியமாகலா மெனினும் நீண்டநாள் வெற்றி தருமா என்றெல்லாம் கவலைப் படுவானேன் என எண்ணி-தீவிரமாக எதிர்த்திருக்கும் ஞானி பிளாட்டோவின் கருத்துக்கள் அவளுக்குப் பிடித்துவிட்டன.

'உடல்நலம் நிறைந்த நாட்டிலே, இனிய காட்சிகளும் இன்னொலிகளும் மிகுந்த சூழலில், அனைத்திலும் உறையும் நலனையும் எழிலையும் நுகரக் கூடியவர்களாக

வாழவேண்டும் இளம்பிராயத்தினர் எல்லோரும். புனித வெளியிலிருந்து பாடிவரும் தென்றல் போல அழகு, நலமளிக்கும் அழகு, ம்க்களுக்கு ஆத்ம இன்பம் தந்து, அறிவின்பத்திற்குத் துணை புரியட்டும் ... இனிமையான பூரணத்துவத்தைக் காதலிக்கலாம். அழகு நிறைந்த ஆன்மாவும் அழகு மிகுந்த உருவமும் ஒன்றும் போது, விளைவு கண்களுக்கும் அறிவுக்கும் விருந்து. ஆனால் இன்ப வேட்கை அதிகமானால், மனிதன் துயரினால் தன் பண்புகளிலிருந்து வழுவி விட நேர்வது போலவே, 'மனிதம்' இழந்து விடுகிறான். நல்ல குணங்கள், பண்புகள், உயர் பண்புகளை யெல்லாம் துரத்தி மனிதனை மிருகமாக்கி விடுகிறது காமம். அது வெறித்தனமானது.ஆனால் புனிதமான காதல்மகத்தான அன்பு-ஒன்று உண்டு.

அழகு,அமைதி-,அறிவு-,அடக்கம்-, இவை அதன் நிறைழவுகள்.அத்தகைய உண்மையான-தெய்வீகமான -காதல் முன்னிலையில் வெறித்தனமும் புலன் அடக்கமின்மையும் எட்டிப் பார்க்கவே கூடாது. காதலன் காதலிகளிடையே இவை தலை காட்டவே கூடாது. உண்மையான, உயர்ந்த, காதல் எனில் உடலுறவுக்குத்தான் என்ன அவசியம்? ஆணும் பெண்ணும் நட்பு முறை கொண்டாடட்டும். அவர்களிடம் அன்பு பூக்கட்டும். ஆனால், பெற்றோர் மக்களிடம் காட்டுவது போன்ற களங்கமற்ற அன்பாக இருக்கட்டும்'. பிளாட்டோ கூறியிருப்பது நியாயமானது; புனிதமான கருத்து: உயர்ந்த லட்சியம் என்று நம்பினாள் பத்மா. அம் முறையை ஏன் பின்பற்றக் கூடாது? ஒரு சிலராவது அழகுக்காக, கலை உயர்வுக்காக, மனநலனுக்காக, உடல் நன்மைக்காக, ஆன்ம எழிலுக்காக இந்த விதமான காதலை வளர்த்துவந்தால், மனித சமுதாயம் மிருக நிலையிலிருந்து உயர்ந்துவிட வழி பிறக்காமலா போகும்? வாழ்க்கை கவலைகளை வளர்க்கும் பாழ்ப் பண்ணையாகவா இருக்கும்! ஆனந்தம் பூத்துக் குலுங்கும் இனிய சோலையாகத் திகழாதா என்ன! இப்படி நினைத்தாள் அழகி பத்மா.

தன் தோழிகளிடம் தனது அபிப்பிராயத்தை அறிவித்தபோது அவர்கள் கைகொட்டிச் சிரித்தார்கள். 'அபத்தமடி பத்மா, அத்தனையும் அபத்தம்.... சொத்தைக் கருத்துகளடி, தோழி! ஊத்துக்கு நிற்காது...எழுத்திலும் பேச்சிலும் இனியது நன்று. ஆனால் வாழ்க்கைக்குக் சுட்டி வராது...' என்று கொக்கலித்தார்கள்.

போக்கிரிப் பெண் புஷ்பா ஒரு போடு போட்டாள். பிளாட்டோ போதை மயக்கிலே உகுத்த கஞ்சாக் கனவு அது. பூலோக மக்களுக்குச் சரிப்படக்கூடிய போதனையல்ல!' என்று.

'போங்களடி! உங்களுக்கு அடக்கமும் அறிவும் இருந்தால்தானே. வெறும் ஜடங்கள் நீங்கள். உலகச் சாக்கடையில் நெளிவதில் இன்பம் காணும் உயிர்க்கிருமிகள்' என்று பத்மா சீறினாள்.

புஷ்பா சும்மா போவாளா! 'அம்மா புனிதவதி! பிளாட்டோவின் பிரதம சீடையே....அடி தேவகி, சீடனுக்குப் பெண்பால் என்னடி? சீடையோ? சீடியோ? ஒரு எழவும் தெரியலையம்மா எனக்கு நான் ஜடம்தானே. போகுது. பத்மாதேவி! இந்தப் பூலோகத்திலே-பிரசங்கிகள் சொல்வது மாதிரி - பூலோகக் குட்டையில் ஊறிய மட்டைகளான அடியேங்களுக்கு ஞான ஒளிகாட்டி, நல்வழி வகுத்து அருள் புரிய வேண்டும். எங்களுக்கும் தெய்வீக விவகாரங்களுக்கும் ரொம்ப தூரம். காதல் என்றால் நாவல், சினிமாக்களில் வரும் காதல்தான் புரியும். சந்திரனும் குளிர்காற்றும் பூ வாசனையும் நிறைந்த காதல்............'

மற்றப் பெண்கள் எல்லோரும் 'சிரியோ சிரி' என்று சிரித்தார்கள் பத்மா தயங்கவில்லை.

'என்னால் முடியும், நான் வாழ்ந்து காட்டுகிறேன், பாருங்கள்' என்றாள்,

'ஓ!' என்றனர் சிலர்.

'நீ வெற்றி பெற்று விட்டால், பத்மாவுக்கு ஜே என்று கோஷமிட்டு, கொடிகட்டிக்கொண்டு கிளம்பிவிட மாட்டேனா உன் லட்சியக் கொள்கைகளை ஊரெங்கும் பரப்ப' என்று சொன்னாள் புஷ்பா.

ஒடுங்க முயன்று கொண்டிருந்த கொண்டிருந்த சிரிப்பு மறுபடியும் கனத்து ஒலித்தது. ஆனால், பத்மா மனம் தளர்ந்து விடவில்லை. 'இதுகளுக்கு வேறென்ன தெரியும் மண்டூகங்கள்!' என நெஞ்சொடு புலம்பினாள்.

யார் சிரித்தால் என்ன! எவர் எப்படிக் கேலி செய்தால்தானென்ன? தான் எண்ணியபடியே, தன் வாழ்வை அமைப்பது என்று உறுதி செய்திருந்தாள் பத்மா.

அவள் கொள்கை விஷயம் கொஞ்சம் கொஞ்சமாகப் பரவி, மாணவிகள், மாணவர்கள் எல்லோருக்கும் தெரிய வந்தது அதனால், அவள் நடந்து சென்றாலே, மற்றவர்கள் விசித்திரப் பிறவி எதையோ வேடிக்கை பார்ப்பது போல, அவளை கவனித்தார்கள். அவர்கள் சிரிப்போ, கேலிக் குறிப்போ தன்னை எதுவும் செய்ய முடியாது என்று மௌனமாக—ஆனால், திடமாக சுட்டிக் காட்டுவது போல, தலை நிமிர்ந்து கர்வ நடை நடப்பாள் அவள்.

அத்தியாயம்: 3

சக மாணவிகளே கிண்டல் செய்து, மகிழ்ந்து போகிற போது, மாணவர்கள் தூங்கவா செய்வார்கள்! 'பிளட்டானிக் லவ்வி'—'பிளட்டானிக் காதல் காரி—போறா பாரு'... அமர லோக அற்புத, அபாரக் காதல்டா தம்பி! எல்லாரும் தெய்வீகக் காதல் வளர்த்து, பத்மா புகழ் பாடுவோமாக... என்றெல்லாம் 'கோட்டா' செய்து கும்மாளமிடுவர்.

'வழக்கமான காதல் என்றால்தான், இப்படி இப்படிப் பேசணும், பழகணும் என்று புத்தகங்கள், சினிமாக்கள் எல்லாம் கற்றுக் கொடுக்கின்றன. உன்னதமான புனிதக் காதல் பயில, இது வரை, யாரும் சொல்லிக் கொடுத்ததாகத் தெரியவில்லையே. பத்மா தேவி அதற்கு உரிய டியூஷன் கற்றுக் கொடுக்கலாம். நேரடி உபதேசத்துக்காக உடனே டியூட்டோரில் காலேஜ் தொடங்கலாம் என்று சிபாரிசு செய்தார்கள் சிலர்.

'ஷெல்லி பாட்டையே திருத்திவிட வேண்டியது தான். வானம் கடலை முத்தமிடுகிறதாம்! ஒளி பெரு வெளியை முத்துகிறதாம். அது இதை முத்தமிடுது, இது அதை முத்த மிடுது. எது எதையெல்லாமோ முத்தமிடுது. நான் ஏனடி உன்னை முத்த மிடக் கூடாது? இப்படி என்ன எழவோ பாடி யிருக்கிறானே. திருத்து அதை. உடனே திருத்து!' என்று உத்திரவிட்டார் ஒரு ஜாலி பிரதர். 'திருத்தாமல் போனால் பத்மா அம்மையார் பதறப் போகிறார்கள். பாயப் போகிறார்கள்!'

வெள்ளி முழு நிலவை
—*கண்ணம்மா !*

துள்ளும் கடல் அலைகள்
கண்டு மகிழலையோ?
வெள்ளைப் பனி வரையும்
—கண்ணம்மா !
வியன் வானைப் பார்க்கலையோ?
பார்த்து நிற்கலையோ?
மின்னும் ஒளிதானும்
—கண்ணம்மா !
வண்ண வில் வளைவை
கண்டு நிற்கலையோ ?
வண்ணப் பூக்க ளெலாம்
—கண்ணம்மா!
என்னத்தை முத்தமிடும்?
தனியாய் திகழலையோ?

அபிநவக் கவி நீண்டகுரலில் பாடத் தொடங்கினார். ஜாலி பிரதர் அவர் மண்டையில் தட்டி 'ஏய்! நிறுத்து ! இந்த மாதிரிப் பாட்டு நமக்கு சரிப்படாது.

ஆணோடு பெண்ணும்
கூடிடில் தனியே
ஆபாச நினைவுகள்
ஏனோ பிறக்கணும் ?
அண்ணன் பிளாட்டோ
சும்மாவா சொன்னான் ?
கண்ணே மணியே !
காண்போம் பேசுவோம்
மண்ணும் விண்ணும்
போலவே நாமும்

விலகியே இருப்போம்!

அதுவே காதல்!

இப்படி ஏதாவது பாடுவியா! கவிதைன்னாலும் ஸிம்ப்ளா, ஜோரா, சுவையா........'

கவிராயர் சீறிச் சிணுங்கியபடி போனார்.

பத்மாவின் பாலிஸிப் பிரகடனம், அனைவருக்கும் ஆரவாரிப்புக்குரிய ஆனந்தமே அளித்தது. ஒன்றிரண்டு பேர்வழிகள் உற்சாகம் மீறியவர்களாய், 'உங்கள் புதிய காதல் தத்துவத்தின்படி, உங்களோடு காதல் சம்பாஷணை செய்யவும், கடிதப் போக்குவரத்து வைத்துக் கொள்ளவும் விரும்புகிறேன் அதற்கு அத்தியாவசியமான முதல் பாடத்தை அறிவிக்கும்படி வேண்டுகிறேன்' என்று கடிதம் கூட எழுதி அனுப்பி விட்டார்கள்.

பத்மாவுக்கு மனக் கஷ்டமாகத்தான் இருந்தது. 'மடையர்கள்! மிருகங்கள்!' என்று ஏச வேண்டும் என்கிற துடிப்பு பிறந்தது. அவளது பண்பு மிகுந்த உள்ளம் 'போகிறார்கள்! என்ன இருந்தாலும் இவர்கள் மனித ஜந்துக்களிடையே வாழ்ந்து திரியும் மனிதப் பிராணிகள்தானே! அதிமனிதர்கள் ஆகி விடவில்லையல்லவா? இவர்களிடம் இதைத் தவிர வேறு என்ன எதிர்பார்க்க முடியும்!' என்று சமாதானப்படுத்தும்.

பத்மா வழக்கம்போல் தான் உண்டு, தன் கொள்கைகள் உண்டு என்ற தன்மையில் இயங்கிவந்தாள்.

'ஆமடி பத்மா, நீ சொல்றது சரி. ஆனால் எனக்கொரு சந்தேகம், வாழ்க்கை பூராவும் ஒரு பெண் இப்படியே இருந்து விட முடியுமோ? ஆண்களின் நிலைமையும் அப்படித்தானே கல்யாணமே செய்து கொள்ளாமல்......'

அவள் வாயைக் கிளறிவிட வேண்டுமென்று எவளாவது ஒருத்தி ஆரம்பிப்பாள். முதலில் பத்மா விரிவாக விளக்குவது உண்டு. அதில் அவளுக்கு மகிழ்வு. ஆனால், மற்றவர்கள் புரியாத காரணத்தால் சந்தேகத் தெளிவுக்காகக் கேட்கவில்லை வம்பளந்து ரகளை செய்யவே விசாரிக்கிறார்கள் என்று உணர்ந்து கொண்டாள். அதனால் யாராவது கேட்டால், 'உங்களுக்கெல்லாம் சொன்னால் புரியாது. இருக்க முடியுமா முடியாதா, அப்படி நான் வாழ்ந்து காட்டுகிறேனா இல்லையா என்பதைக் கவனித்துக்கொண்டே வாருங்கள்' என்று சொல்லி பேச்சை ஒடுக்கி விடுவாள்.

அவளிடம் யாரும் கேட்கவில்லை ஒரு பெரிய சந்தேகத்தை. மாணவர்கள் தங்களுக்குள்ளாகவே பேசிச் சிரித்து அமர்க்களப் படுத்திக் கொள்வார்கள். 'ஒரு விஷயமல்லவா பிரதர்! பத்மா சொல்றது போல்......' என்று தொடங்குவார் ஒருவர்.

உடனே 'வெட்டு' வந்து விழும், 'பத்மா புதுசாக் கண்டுபிடித்து விட்டாளா என்ன! ஏக கிறிஸ்து காலத்துக்கு முன்னாலேயே, பிளாட்டோ எழுதி வைத்ததுதானே. அதை அனுஷ்டிக்கணும்னு எத்தனையோ பேரு சொன்னாங்க. இப்ப பத்மாவும் சொல்கிறா. இதிலே என்ன தப்பு?' 'தப்பு ஒண்ணுமில்லை மிஸ்டர் ஆனால் ஒரு சின்னச் சந்தேகம்'

'சின்னச் சந்தேகம் தானே? சொல்லுமேன் ஐயா!' என்று ஒரு கனைப்பு எழும்.

'ஆனா பெரிய பிரச்னை!'

'பயமுறுத்தாமல் விஷயத்துக்கு வாருங்காணும் அளக்கிறீரே சும்மா....'

'விஷயம் என்னவென்றால், பிளட்டானிக் லவ் என்கிறார்களே, அந்த உன்னதக் காதல் முறையை-அது தான் உங்களுக்குத் தெரியுமே! உடல் உறவு தவிர்க்கப்பட்ட வெறும் அன்புப் பரிவர்த்தனை-எல்லோரும் கையாள்வதானால் உலகம் என்னாகும்? உதாரணமாக, இந்தத் தலைமுறை அதை அப்படியே அனுஷ்டிப்பதானால்......"

'நடைமுறைக்கு ஒத்துவராத விஷயம் அது.'

'அட, பேச்சுக்கு வைத்துக் கொள்வோமே! அப்படியே வைராக்யத்தோடு அமுலுக்குக்கொண்டு வந்து விட்டால், அப்புறம் புதிய தலைமுறைகள் பிறக்கவே வழிகிடையாதே! மனிதவர்க்கம் நசித்துப் போக வேண்டியது தானே. அப்புறம் உலகம் உயர் வழியிலே உருப்படுவது ஏது? இதை பிளாட்டோவோ பத்மாவோ ஏன் எண்ணிப் பார்க்கவில்லை?' என்று கேட்டார் மிஸ்டர் சந்தேகம்.

'பெரிய பிரச்னை தான் ஐயா! ரொம்பப் பெரிய விஷயம் தான். பத்மாவிடம் கேட்க வேண்டிய கேள்வி இது' என்றார் ஒருவர்.

'பத்மா சும்மா ஆர்வத்திலே பேசுகிறாள். அவள் என்ன கிழவியா! பிஞ்சிலே வெம்பி விட்டவளா? குளுகுளுன்னு மல்கோவா மாம்பழம் மாதிரி இருக்கிறா. அவளாவது, தனியாகவாவது வாழ்க்கை பூராவாவது, வாழ்ந்து விடுகிறதாவது! அவள்தான் பிதற்றுகிறாள் என்றாலும், நமக்கெல்லாம் மூளை இல்லாமலா போச்சு! ஹஹ்ஹஹ!' என்று கனைத்தார் ஒருவர்.

அத்தியாயம்: 4

பத்மா கிழவியல்ல. குலுங்கிக் குலுங்கிச் சிரிக்கும் குமரிதான். பல பள்ளி மாணவிகளைப் போல, கூனல் முதுகுடையவளுமல்ல. குனிந்து நிலம் நோக்கி நடக்கும் குட்டைப் பெண்ணுமல்ல. அருமையான ஜாதிக் குதிரை மாதிரி, காம்பீர்ய நடை நடந்து, கண்ணாடி வளைக் கலகலப்பையும், சலங்கைச் சிரிப்பையும் காற்றிலே புரள விட்டு, ஒயிலாகத் திரியும் எழிலி அவள். அவளுக்கு வயது அதிகமாகி விடவில்லை. முல்லைப் பல்லின் முறுவல் அழகுச் சிறு குழி சித்திரிக்க அமைந்த பளபளப்பான கண்ணாடிக் கன்னமும், குறுகுறு விழிகள் சுழலும் இளமுகமும் சொல்லும் அவள் வயதால், பண்பால், குணத்தால் முதிரா இளஞ் சிறுமிதான் என்று. ‘பால் வடியும் வதனம்’ என்பார்களே, அத்தகைய முகத் தோற்றம், அந்த அழகி சொன்னாள் ‘வாழ்க்கை முழுவதும் கன்னியாக வாழ்வேன்’ என்று.

இன்றைய நாகரிகத்தின் கோளாறுகளிலே இதுவுமொன்று என்று ‘அமுத்தல்’ சிரிப்பு உதித்தார்கள் அனுபவஸ்தர்கள். வயது வந்த ஆண்களும், பெண்களும் கல்யாணமே செய்து கொள்ளப் போவதில்லை என ஜம்பமடித்துக் கொள்வதை பெருமை என்று கருதுகிறார்கள் போலும்! போகப் போக, அவர்கள் வாழ்வு மலர்ச்சி எப்படியமையினும், ஆரம்பத்தில் மிகத் தீவிரமாகச் சொல்லி விடுகிறார்கள் என்று விளக்கம் கூறிக் கொள்வதும் உண்டு.

'தாவாச் சிறு மான்; மோவா அரும்பு' போன்ற பத்மா ஆர்வமாகச் சொன்னாளா புதுக் கருத்தை! 'அதிசயம்!' என்று வியந்தார்கள் சிலர். 'அதிகப் படிப்பின் வினை' எனப் புகன்றார்கள் பலர். 'கன்னி யொருத்தி ஆண்களுடன்

தாராளமாகப் பழகிப் பேசிச் சிரித்து, அன்பன் ஒருவனோடு புனித நட்பு வளர்த்து வாழ்ந்தாலும், சதைப் பசி வளர்க்காமல், தெய்வ வாழ்வு பயிலமுடியும் என்கிறாள். அவ்விதம் செய்வேன் என்று சூளுரைக்கிறாள். மூளையிலே கோளாறு தான். வேறு என்ன? ரொம்பப் படித்துப் படித்து, பித்தம் சிரசுக்கு ஏறி விட்டது' என்று பத்திரம் வழங்கினார்கள்.

பத்மா தவக் கோலம் பூணவில்லை. திரிசடைக் தனங்கள் பயிலவில்லை. மொட்டையோ முக்காடோ கொள்ளவில்லை! முகமூடி மட்டுமோ, முழுத் திரைத்துணையோ தேடவில்லை! அவள் அழகு நிலா. அதன் குளுமை எங்கும் சிதறிச் சிரித்தது. அவள் வனப்பின் நாண்மலர். அதன் மணம் எங்கும் பரவியது. அவள் இளமையின் அருவி. அதன் சலசல நாதம் எங்கும் இனிய கீதமாகத் தள்ளிக் குதித்தது. அவளது மின்கொடி மேனியை பெங்கால் ஸில்க்கும், பாலிஷ் பட்டாடைகளும் தான் அணி செய்தன. தைலம் நீவிக் கறுமை பூண்டு நெளி நெளியாய்த் துவளவிட்ட கூந்தல் ஒற்றைத் தனிச் சடையாய் முதுகிலே புரளும். சில சமயம் இரட்டைப் பின்னலாக மின்னும்.தனிச் சடை கழுத்தை அணைத்து தோளில் துவண்டு முன்வந்து படிந்து மார்பிடைத் தூங்கும். சிரிக்கும் கண்கள் சிரிப்போடிப் பேசும் உதடுகளின் அசைவுகளுக் கேற்பத் தனியொளி காட்டி உணர்வு நடம்பயிலும். அவள் எதிரே வரும் போது எல்லோர் கண்களையும் இழுக்கும் புஷ்பம். போகும் போதோ எதிர்ப்பட்டுத் தாண்டிச் செல் வோரை நின்று திரும்பிக் கண்ணெறியத் தூண்டும் காந்தம். அவள் உலவும் கவிதை.

அவள் சொன்னாள், 'கல்யாணம் செய்யமாட்டேன். கல்யாணமின்றித் தனி வாழ்வு வாழலாம். வாழ்விலே குளுமைகாண, கலை நயம் தெரிக்க அன்பன் ஒருவன் தேர்ந்து அவனுடன் புனித அன்பு-களங்கத்துக்கு இடமில்லாத நட்பு-முறையிலே பழகி வாழலாம்; வாழ்ந்து காட்டுவேன்' என்று.

'பச்சைக் குழந்தை. உலகம் என்ன வென்று தெரியாது. வயசாக ஆகத் தானே புரிந்துகொள்வாள்' என்றார்கள் பலர்.

'உலகம் சரியான பாதையிலே போகவில்லை, வாழ்ந்து வழிகாட்டுவேன்' என்றாள் பத்மா.

'என்னவோ பார்க்கலாமே. அவளெங்கே போகப் போறா! நாம் தான் எங்கே போய்விடப் போறோம்!' என்று நினைத்தார்கள் அவளுடன் பழகியவர்கள்.

தான் பலரது கவனத்துக்கும் இலக்காகிவிட்ட முக்கியப் புள்ளி என்ற நினைவு பத்மாவுக்கு மகிழ்வையும் கர்வத்தையும் கொடுத்தது. இந்தப் பேச்சுக்கே இவ்விதம் என்றால், தனிமுறையிலே வாழ்ந்து காட்டிவிட்டாலோ!...அம்மா! எல்லாரும் அசந்து போகமாட்டார்களா அசத்து! பத்மா, அவ பெரிய ஆளு. கைகாரியடி என்று தானே புஷ்பாவும் தேவகியும் அவளும் இவளும் கருதுவர். அப்பொழுதெல்லாம் அவர்கள் முகத்தைப் பார்க்க வேணும். எனக்குச் சிரிப்பாகப் பொங்கி வரும்.....

இதை எண்ணும் போதே அவள் சிரித்தாள். தோழிகளின் முகங்களை கற்பனை செய்து பார்த்து அதிகம் சிரித்தாள். தானாகவே சிரித்துக் கொண்டாள். அவளுக்கு ஆடிப் பாடத் தெரியாது. தெரிந்திருந்தால், 'ஆனந்தமென் சொல்வேனே!' என்றோ, வேறு எப்படியோ, கத்திக் கூத்தாடியிருப்பாள்!

அத்தியாயம்: 5

குதித்தபடி மாடிப் படி ஏறிக் கொண்டிருந்தாள் குமாரி பத்மா. ஒரு நாள்—தன் இன்பத்தில் தானேயாகிச் சூழல் மறந்து, குதித்துக் குதித்து முன்னேறும் மைனா போல, திடீரென்று கொதிப்புற்று நிற்க வேண்டிய நெருக்கடி ஏற்பட்டு விட்டது. 'எதிரே ஆள் வருவது தெரியலே? கண் என்ன குருடா? காலித்தனம்!' என்று சூடாகக் கொடுக்க வேண்டும். 'மிருகம்!' என்று அழுத்தம் திருத்தமாக அறிவித்து விட வேண்டும் என்று உளம் கொதித்துத் தலை நிமிர்ந்தாள் பத்மா. மேலிருந்து வந்து, மாடிப்படித் திருப்பத்தில், எதிரே வரும் எழிலியைக் காணாமல் மோதி விட்டு, பின் தீயை மிதித்தவன் போல் விலகி நின்றவனை, அவன் குழப்பத்தைக் கண்டவுடன், கண்ணகி அவதாரம், கருணை தவழ் முகத்தினள் ஆயினாள். கடுகடுத்த முகத்திலே, நிலவுப் புன்னகை பளிச்சிட்டது.

'ஓ! நீங்களா!' என்றாள், தேன் குரலை இன்னிசையாய் இழைய விட்டு.

குழப்பம் அதிகக் கலவரமாக, என்ன செய்வது; என்ன சொல்வது; அவள் என்னவாவது எண்ணிக் கொள்வாளே என்று திகைத்து 'மன்னிக்கனும்... வருத்தம்... நான்... நான் வந்து...' என்று சரியான சொற்களுக்காகத் திணறித் தடுமாறினான் அந்த 'ஓ, நீங்களா?' ஆகி விட்ட ஆசாமி.

அவள், அவன் தடுமாற்றம் கண்டு அதிகம் சிரித்தாள். 'பரவாயில்லே, மிஸ்டர் ரகுராமன். தப்பு என் மீதும் தான். மாடிப்படி ஏறும் போதும் நானும் பார்த்து நடந்திருக்க வேண்டுமல்லவா? போகிறது' என்றாள்.

விலகி, ஒன்றிரு படிகள் மேலேறியதும் பத்மா நின்று திரும்பி நோக்கினாள் அந்த மிஸ்டர் ரகுராமனோ தரையைப் பார்த்தபடி ஆறேழு படிகள் கீழிறங்கி விட்டான். 'மிஸ்டர் ரகுராமன்!' என்றாள் அவள்

அவன் மற்றுமொரு படி கீழிரங்கினான். அவள் கைவளைக் கலகலப்பு அவன் கவனத்தை இழுக்கும் அலாரமாக ஒலிக்க வேண்டியிருந்தது. அவன் மேலே விட்டெறிந்தான் பார்வையை. 'என்ன? கூப்பிட்டீர்களா?' என்று கேட்டான், அவனையே கவனித்து நின்ற பத்மாவிடம்.

அவள் கலங்கமிலா முழுநகை உதிர்த்துச் சொன்னாள், 'இன்று உங்களுக்கு ஆழ்ந்தயோசனை போலிருக்கு, கலைநயம் மிகுந்த கற்பனையிலே கரை காண முடியாமல் நீந்தத் தொடங்கி விட்டீர்களோ?'

'ஹிஹி, அதெல்லாம் ஒண்ணுமில்லே' என்று தலையைச் சொரிந்தான் ரகுராமன்.

'அன்றைய விவாதத்திற்குப் பிறகு உங்களைப் பார்க்கவே முடியவில்லை.சந்தித்துப் பேசவேண்டும் என்று நினைத்தேன். உங்களை எங்கே பார்க்கலாம்?'

அவள் விசாரணை எதிர்பாராத விபத்து அவனுக்கு மறுபடியும் குழப்பம். 'என்னையா? நான் வந்து ஹோட்டலிலே......"

'அப்போ நீங்கள் எங்கவீட்டுக்கு வாருங்களேன் ஒருநாள். அன்றைய விவாதத்தில் உங்கள் பேச்சு எனக்கு ரொம்பப் பிடித்திருந்தது. அதைப் பற்றி உங்களிடம் அதிகம் பேசவேண்டும். அவசியம் வாருங்கள், வருவீர்களா? கட்டாயம் வரணும்? ஊங்?' அவள் நடப்பதும் நிற்பதும் பேசுவதும் எல்லாமே கலை, அவளே அற்புதக் கலை அவள்

ஒயிலாக நின்று அழகாகத் தலையசைத்துக் குழைவாகப் பேசும்போது, சொல்லவா வேண்டும்!

ஆனால் அப்பாவி ரகுராமனுக்கு அவள் அழகை அள்ளிப் பருகத் தைரியம் கிடையாது. கார்மேகத் திரை விலக்கி முழுநிலா அவன்மீது பூரணமாகச் சிந்தத் தயாராகத் தவித்தும் கூட, அவன் இருள் மூலையில் ஒடுங்க முயல்வதுபோல் தான் நின்றான். அவளை ஒருகணம் பார்ப்பான். அந்த அழகு வெளிச்சத்தின் மீது தாவிய விட்டில் கண்களை இழுத்து தரையையோ, மாடிப் படியையோ, வேறு எங்காவது எதையாவது காணவோ ஏவுவான். அவளுக்கு பதில் சொல்லியாகவேண்டுமே! "உம். வாறேன்" என்று தலையசைத்தான். நகரத் தொடங்கினான். - "ஓ மறந்துவிட்டீர்களே, மிஸ்டர் ரகுராமன்! என் வீட்டு விலாசத்தை கேட்கவே யில்லையே. அப்புறம் எப்படி வருவீர்களாம்?' என்று சிரித்தாள் அழகி. அவன் அசட்டுச் சிரிப்புடன் அவளைப் பார்த்தான். - பத்மா தன் கையிலிருந்த நோட்டு ஒன்றிலிருந்து தாளைக் கிழித்து அதில் தன் விலாசம் குறித்தாள். மெதுவாகப் படியிறங்கி வந்து அதை அவனிடம் கொடுத்தாள். கொடுக்கும்போதே 'நீங்க அவசியம் வரணும் இந்த ஞாயிற்றுக்கிழமை. ஊம்? சரியா?' என்று தலை அசைப்பு, கையசைவுகளோடு கேட்டுக் கொண்டாள்.

'கட்டாயம் வாறேன்' என்று கூறிவிட்டு வேகமாக நடந்தான் அவன். தன் வழி ஏகிய பத்மா நினைத்தாள்: 'இவர் ரொம்ப நல்லவர். மற்றவங்களும் இருக்கிறாங்களே வெறிச்சுவெறிச்சு முழிச்சுப் பார்க்கிறதும், பல்லை இளிக்கிறதுமாக, இவர் அன்றைக்குப் பேசினது எனக்கு ரொம்பப் பிடிச்சிருக்கு'

ரகுராமனை அவள் முதன் முதலில் உணர்ந்து கொண்டதே 'விவாதக் குழு'வின் ஒரு கூட்டத்தில் தான். சாதாரணமாக அவள் பிறரை மதிப்பதில்லை, கவனிப்பதில்லை. அவர்கள் தன்னை கௌரவிக்க வேண்டும் என எதிர்பார்ப்பதுமில்லை.

அவன் சகஜமாகப் பேசிச் சிரித்துப் பழகுவதெல்லாம் புஷ்பா, தேவகி, காந்திமதி முதலிய தோழிகளுடன் தான். மாணவர்களிடையே பலரகமானவர்களும் உண்டு, உலகம் பலவிதம் தானே!' என்று அறிந்து அவர்களை ஒதுக்கி விட்டாள். ஆனால் அந்த விவாத நாளில் ரகுராமன் ஒற்றைத்தனியன் என்பது அவளுக்கு நன்றாகப் புரிந்து விட்டது;

அந்த விவாதமே அவளது தோழிகள் விளையாட்டாக இழுத்துவிட்ட வினைதான். அவர்களுக்கு பத்மாவையும் அவள்போக்கையும் பற்றிப் பேசிச் சிரித்து ஆர்ப்பாட்டம் செய்யவேண்டும் என்று ஆசை. தினம் தங்களுக்குள் பேசி லூட்டியடிப்பது போதாது எனக்கருதி பெரிய ரகளைக்கு வித்து ஊன்றி விட் டார்கள் 'விவாதக்குழு'வில் 'இப்படியும் வாழலாம் 'என்கிற தொடரில் 'பிளட்டானிக் லவ்' பற்றி விவாதத்துக்கு ஏற்பாடுசெய்து விட்டார்கள். இதுமாதிரி விஷயங்களில் யாருக்குத் தான் உற்சாகம் குறையும் ?

ஆனால் பத்மா தயங்கினாள். சிணுங்கினாள். சீறினாள்முடியாது, பேசமுடியாது. என மறுத்தாள்.

'அப்போ உன் கொள்கையில் உனக்கே நம்பிக்கை இல்லை என்றுதான் அர்த்தம், இப்பவே இப்படீன்னா, இந்த லெட்சணத்திலே இவவாழ்க்கை பூராவும் தெய்வீகக் காதலை அனுஷ்டிக்கப் போறாளாம்! வழிகாட்ட வேறே போகிறளாமேடி ! ஐயோடீயேன்னளாம்!' - புஷ்பாவும் பிறரும் இவ் விதம் கேலிசெய்யவே பத்மாவுக்கு வேறு வழி இல்லாமல் போயிற்று. பேசியே தீர்ப்பது என்று துணிந்து விட்டாள். விவாதம் கனகுஷியாகத் தான் நடந்தது. எல்லாரும் உற்சாகமாகப் பேசித் தள்ளினார்கள். கவிதைகளும் இலக்கிய மொழிகளும் தண்ணீர் படுகிற பாடுபட்டன. எதிர்த்துப் பலர்பிரசங்க மாரி பொழிந்தார்கள். சிலர் ஆதரித்தார்கள்.

பத்மாவின் கொள்கையை ஆதரித்தவர்களில் ரகுராமனும் ஒருவன்.

அந்தக் காரணத்தினால் மட்டுமே அவனிடம் கருணைபிறந்து விடவில்லை அவளுக்கு. மற்றவர்கள் விவாதத்துக்காகக் கூப்பாடு போட்டார்கள். அழகி பத்மாவை எதிர்த்து மட்டம் தட்டவேண்டும் என்பதற்காகவோ, பத்மாவின் புன்னகையைப் பெற வேண்டும் என்ற காரணமாகவோ பலர் உற்சாகமாக விவாதித்தார்கள். ஆனால் ரகுராமனோ கொள்கைக்காகப் போராடினான். அதில் அவனுக்கு அழுத்தமான பற்றுதலும், ஆழ்ந்த ஈடுபாடும், அசைக்க முடியாத நம்பிக்கையும் இருந்தன என்பது அவன் பேசிய ஒவ்வொரு வார்த்தையிலும் ஒலித்தது. பத்மாவுக்காக அவன் பரிந்து பேசவில்லை. பத்மாவையே அவன் கவனிக்கவில்லை என்றுதான் சொல்லவேண்டும். தனக்கா க, தனது கொள்கைக்காக அவன் பேசினான்.

'ஒரு ஊரிலே இரண்டு பைத்தியக்காரர்களா' என்றொரு வசனம் உண்டு. அதன் சரியானபொருள் என்னவோ எனக்குத் தெரியாது. ஏனென்றால் ஒரே ஊரில் ஒன்பது பத்து பைத்தியங்கள் அலைவதை நாம் சர்வசாதாரணமாகக் காண முடிகிறது. என்றாலும் இங்கே இப்போது நான் ஒரு ஊரில்- இல்லை ஒரே யிடத்தில் - இரண்டு பைத்தியக்காரர்களா? என்று வியக்கத் தான் வேண்டியிருக்கிறது. குமாரி பத்மா அவர்கள்தான் புதுமை மோகத்திலே, இளமை உற்சாகத்திலே, கற்பனைச் செறிவிலே, காவிய உணர்வுத் குமிழ் விடுதலினாலே, கவிதை உள்ளக் குறுகுறுப்பிலே நடை முறைக்கு ஒவ்வாத ஒரு பைத்தியக்காரத் தனத்தை வைத்து விளையாடுகிறார்கள் என்று எண்ணினோம், சகோதரிக்கு அது வெறும் பொம்மை விளையாட்டு சிறு பெண் சிற்றில் கட்டி விளையாடுவதைப் போல, உணர்வும் உள்ளமும் உற்ற பருவமெய்தினால் தோழி பத்மா அவர்கள் இப்பேச்சைக் காற்றிலே பறக்க விட்டு நலங்கும், லாலியும் பாடத்

துணிவார்கள் ; பிறகு ஆராரோ ஆரிராரோ.......தாலே தாலேலோ.....கண்ணே நீ யுறங்கு கண்மணியே நீ யுறங்கு என்று தாலாட்டுப் பாடவும் தயாராகி விடுவார்கள் என எண்ணினோம், ஆனால், நம்ம ரகுராமன்-இதுவரை மௌனச்சாமியாக இருந்த நம்மதோழர் ரகுராமன். இப்படி நாடக உத்திகாட்டி, இந்த இடத்திலே துப்பாக்கிச் சிரிப்பொன்றை வெடிக்கவிட்டார் பத்மாவை எதிர்த்துப் பேசவந்த ஜாலிபிரதர், அவ்வளவுதான். அவருக்கு பிரமாதமான வெற்றி. ஆயிரமாயிரம் அப்பளங்களை அடித்துநொறுக்கி ஆரவாரிப்பதுபோல, கைகள் சடசடத்துக் கொட்டின. மேஜைகள் மத்தளங்களாயின. பத்மா 'ப்ரூட்ஸ்! மிருகங்கள்!' என்று முனங்கி வெளியேறினாள்.

எனினும் அவள் உள்ளத்திலே ரகுராமன் இனிய நிழலாய் நின்றான். அவனைக்கண்டு பேச வேண்டும் என எண்ணினாள். "அவர் ரொம்ப நல்லவர். ஆயிரத்தில் ஒரு மனிதர்.இவ்வளவு அமைதியாக அடக்கமாக அழகாக விளக்கிப் பேசினார்" என்று வியந்தாள். அவனிடம் அவளுக்கு அனுதாபம் ஏற்பட்டது. நட்புக்கு ஏற்றவர் என்ற எண்ணமும் ஒரு பிரியமும் எழுந்தன. அவனைச் சந்திக்க வேண்டும், சந்தித்தாகணும் என்று எண்ணி வந்தாள். அவளுக்கு சந்தர்ப்பம் துணை புரிந்தது.

அதனால், மாடிப்படி ஏறிக் கொண்டிருந்த பத்மாவின் உள்ளம் மீண்டும் சொன்னது 'அவர் ரொம்ப நல்லவர்' என்று அவளுக்கிருந்த உற்சாக உணர்வு இன்னும் அதிகமாகப் பொங்கிப் பிரவகிக்கவே, அவள் 'டிராலலால... லல்லலா! லல்லலா, லல்ல லல்ல லல்லலா...' என்று இசைத்தபடி குஷியாக நடந்தாள்.

அத்தியாயம் : 6

ஞாயிற்றுக்கிழமை.

தனக்கு அன்று காரணமற்ற, தேவையற்ற பரபரப்பு இருப்பதாக பத்மாவே உணர்ந்தாள். அடிக்கடி 'ரகுராமன் வந்து விட்டாரா? இன்னும் வரவில்லையே, ஏன்?' என்று வீட்டுக்கும், வாசலுக்குமாக அலைந்தாள். 'வருவாரா? வராமலே இருந்து விடுவாரோ?' என்று சந்தேகம் வேறு.

அன்று காலையில் எழும் பொழுதே, 'இன்று ஞாயிற்றுக் கிழமை. ரகுராமன் வருவார். வருவதாகச் சொல்லியிருக்கிறார்' என்று நினைவு புரண்டு கொடுத்தது. அலுவல்களையெல்லாம் முடித்துக் கொண்டு, அதிக சிரத்தையோடு அழகு செய்து முடித்தாள். என்றுமில்லாதபடி அதிக நேரம் செலவு செய்து, கருத்தாக அலங்காரம் செய்திருப்பது பிறகுதான் அவளுக்கு மனதில் பட்டது. 'எனக்கு இன்றைக்கு என்ன இது! ஏன் இத்தனை உற்சாகமும், படபடப்பும்? ரகுராமன் வந்தால் வரட்டுமே?' என்று எண்ணினாள். எனினும் அமைதியாக இருக்க இயலவில்லை. தெருவில் காலடி ஓசை கேட்டால் அவன் தானா என்று பார்க்க விரைவாள். ஏமாற்றம்' தான் காத்திருக்கும்.

அவளைப் பலமுறை ஏமாற்றத்துக்கு உள்ளாக்கிய பிறகு, ரகுராமன் வந்து சேர்ந்தான். அவளது ஆனந்தத்துக்கு அளவில்லை. அவள் உளமகிழ்வு முகத்தில் நன்கு பூத்து மிளிர்ந்தது.

"வாருங்கள். நீங்கள் எங்கே வராமலே இருந்து விடப் போகிறீர்களோ என்று பயந்தேன்" என அன்பாகச்

சொன்னாள். "உள்ளே வாருங்கள். இப்படி வந்து உட்காருங்கள்".

ரகுராமன் கண்கள் வீட்டை ஆராய்ந்தன. பெரிய வீடு. வசதிகள் நிறைந்தது தான். செல்வத்தின் பொன் வெயில் சுவருக்குச் சுவர், மூலைக்குமூலை பிரகாசமாகப் பட்டுத் தெறித்து, வீட்டையே சிறப்பாக்கிக் கொண்டிருந்தது. கலையழகும் ரசனைத் திறமும் அணிசெய்தன. ஆனால் அப்போது அங்கு அவளைத் தவிர வேறு யாரும் இருந்ததாகத் தெரியவில்லை.

அவன் கவனிப்பதைக் களிப்புடன் பின்பற்றிக் கவனித்து வந்த பத்மா முந்திக்கொண்டாள்." என்ன யோசிக்கிறீர்கள்? இங்கே வேறு யாரையுமே காணவில்லை என்றா? ஒருத்தருமில்லை தான். தாத்தா தான் உண்டு. எங்க அப்பா அம்மா இல்லை, அவர்கள் எல்லாரும் போயி ரொம்ப நாளாச்சு! தாத்தாதான் என்னை வளர்த்தது. அவர் கிராமத்துக்குப் போயிருக்கிறார், நிலங்களை கவனித்து வர வருவதற்கு ஒரு வாரமாவது ஆகும்" என்று விளக்கமாகக் கூறினாள்.

"வாங்க, இந்த அறையில் வந்து உட்காருங்கள் என அழைத்துச் சென்றாள். அந்த அறை அற்புதமாக இருந்தது. பத்மா படிப்பதற்கு உபயோகிக்கும் அறை. புத்தக அலமாரிகள், மேஜை நாற்காலிகள், புத்தகங்கள் - சுவர்களில் அழகான படங்கள்-மனதுக்கு இனிமைதரும் சூழ்நிலை.

ரகுராமன் ரசித்தபடி உட்கார்ந்தான்.

'இந்தாங்க. சாப்பிடுங்கள்' என்று பழங்கள் பலவற்றை அவன் முன்வைத்தாள். -

அவன் எதிர்பாராத உபசரிப்பு இவையெல்லாம். அதனால் அவனுக்கு தயக்கம். சங்கோஜம். 'இதெல்லாம் என்னத்துக்கு- வீணாக' என்று இழுத்தான்.

அவள் சிரித்தாள். "வீணா இது! சாப்பிடுவது வீணா என்ன! காபி இதோ இருக்கு" என்று வெள்ளி டம்ளரில் காப்பியூற்றி மேஜை மேல் அவன் முன் வைத்தாள்.

கவர்ச்சியான வளைகள் அணிந்த அழகுக்கரம் அன்பாகப் பணியாற்றிய போதே அவன் பார்வையை வசியம் செய்தது. அழகு ரசிகனான அவனுக்கு மகிழ்வளித்தது. அவன் கண்கள் அவள் கையிலிருந்த் அவள் முகத்துக்குத் தாவின. மகிழ்வு விளையாடிக் கொண்டிருந்த எழில் முகம். 'அழகான கண்கள் பத்மா நல்ல அழகி. ரொம்ப அழகு...' ரகுராமன் திடுக்கிட்டான். தன் மனம் தறுதலைக் தனம் செய்வதாகத் தோன்றியது. கண்டித்து, பார்வையைத் தாழ்த்தினான். எனினும் அடிக்கடி பார்வை ஓடிக்கொண்டிருந்தது எதிரே யிருந்த அழகுச் சோலை மீது சிலசமயம் அவள் பார்வை வெட்டிவிடும் அவன் நோக்கை. அவன் காபியை ரசித்துச் சாப்பிட்டான்

'காப்பி எப்படி யிருக்கு?' என்று விசாரித்தாள் பத்மா.

'ரொம்ப ஜோர். அருமை' என்றான் திருப்தியோடு.

அவள் பெருமையாகச் சொன்னாள் 'நானே தயாரித்தேன்' என்று.

"ரொம்ப நல்லாருக்கு என்னாலே உங்களுக்கு ரொம்பச் சிரமம்" என்றது அவன் வாய். அது தானே! இவ்வளவு அழகான கரங்கள் தயாரித்து, அழகியே எதிர் நின்று மணிக் கரத்தால் அன்புடன் அளிக்கும் பொழுது காப்பி கசக்கவா

செய்யும். அமிர்தமாமே. அதன் சுவையெல்லாம் கெட்டது போ!' என்று மனம் சொன்னது. அதை ஒலிபரப்பும் துணிவு அவனுக்குக் கிடையாது.

"சிரமம் ஒண்ணுமில்லே. இதிலே என்ன சிரமம்?' என்று பெருமையும் மகிழ்வும் கலந்து பதிலளித்தாள் அவள்.

'தினசரி நீங்க தான்... ... 'இல்லையில்லே. வேலைக்காரி இருக்கிறாள். இன்று நீங்கள் விசேஷமாக வரப்போவதனால் ஸ்பெஷலாக இருக்கட்டுமேன்னு நான் தான்...'

"ரொம்ப சந்தோஷம். தேங்ஸ்... தேங்ஸ்' என முனங்கினான் அவன்.

'நீங்கள் ஹோட்டலில் தான் சாப்பிடுகிறீர்களா?

"ஆமாம். எத்தனையோ வருஷங்களாக அப்படித்தான். மனிதன் குடும்பமாக வாழும் பிராணி என்கிறார்கள். அது சரி தான். ஆனால் முழுதும் சரியல்ல என்று தான் நான் சொல்வேன். மனிதப்பிராணி மூளை மூன்று பிரிவாகப் பிரிக்கலாம். பெண்கள் சமையலைச் சாப்பிட்டு வாழ்கிறவர்கள், தாங்களே சமைத்து உண்டு உயிருடன் வாழமுடிகிறவர்கள்; ஹோட்டலில் சாப்பிட்டுவாழும் ஜந்துக்கள்! என்னை மாதிரி எவ்வளவோ பேர் ஹோட்டல் பிராணிகளாகவே வாழ்கிறார்கள். என் வாழ்வு பூராவும் அப்படியே கழிந்து விடும்" என்றான்,

அவள் சிரித்தாள். "நீங்கள் பேசுவது எனக்கு அதிகம் பிடிக்கிறது. சுவையாக இருக்கிறது. அன்று நீங்கள் விஷயங்களை விளக்கியதும், திறமையாகப் பதிலளித்து விவாதம் புரிந்ததும் சிறப்பாக இருந்தன" என்று பாராட்டினாள்.

'நானென்ன பெரும் பேச்சுப் புலிகள், கொம்பர்கள் அருகிலே நான் வெறும் பூனை போல் தான்' என்று சொல்லிச் சிரித்தான் அவன், அவளது கலகலச் சிரிப்பும் இணைந்தது.

இப்படி மனோகரமாக ஆரம்பித்த சம்பாஷணை ரம்மியமாக வளர்ந்து கொண்டேபோயிற்று. முதல் சந்திப்பே அவனையும் அவளையும் நெடுநாட்களாகப் பழகிப் பேசி மகிழும் நண்பர்கள் போலாக்கி விட்டது. அவனைப் பற்றி தெரிந்து கொள்ள வேண்டிய வைகளை யெல்லாம் அவள் அறியமுடிந்தது. தன்னைப் பற்றியும் விரிவாகத் தெரிவித்தாள்.

தான் தாய் தந்தையரற்று தனியாக வளர நேர்ந்ததால், தாத்தா அவளது விருப்பு வெறுப்புகளுக்கு, விநோதமான ஆசைகள், புதுமையான போக்குகள் எதற்குமே வேலி கட்டியது கிடையாது. தடை விதித்தது கிடையாது. 'பத்மா தங்கமான பெண். அவள் தவறுகள் எதுவுமேசெய்யமாட்டாள்: என்ற நம்பிக்கை அவருக்கு உண்டாமாம். அவளும் அவர் நம்பிக்கை குலையும் படி எதுவும் செய்ததில்லை. வாழ்க்கை அமைப்பிலே அவள் கொண்டுள்ள கருத்துக்கள் அவருக்கு சிரிப்பையே கொடுத்து வந்தனவாம்." உனக்கு என்ன வயசு ஆகிவிட்டது. பத்மா! அனைத்தையும் கரைகண்டவள் மாதிரிப் பேசுகிறாய். அனுபவம் மிகுந்த கிழவி போலப் பேசுதியே. அதனாலென்ன. போகப்போக எல்லாம். சரியாயிடும். நீயும் எல்லாரையும் போல மாறிப்போவாய்" என்று சொல்லிச்சிரிப்பாராம். நானும் சிரித்துக்கொண்டே "அதைத் தான் பார்க்கலாமே" என்று சொல்வது வழக்கம் என்றாள்.

"நான் ஒரு மாதிரியான ஆசாமி. எனக்கு யாரையும், எதையுமே பிடிக்கவில்லை. இந்த உலகம், மனிதவர்க்கம் இதில் உள்ள சீரழிவுகள் சிதைவுகள் எல்லாவற்றையும் காணக்காண வெறுப்பும் வேதனையும் தான் வளர்கின்றன. என் உள்ளம் லட்சிய நினைவுகளிலும் ஆசைகளிலும் கனவுகளிலும் தான்

வட்டமிட்டுச் சுழல்கின்றன. அதனாலே என்ன ஆச்சு? நானும் எனது போக்கும் விசித்திரமானதாக, வாழத் தெரியாத பண்பாக மற்றவர்களுக்குத் தோன்றுவதில் வியப்பே கிடையாது. இதற்கு என்ன காரணம் இருக்கமுடியும்? ஆதிமுதலே என்னை நானே தனியனாக்கி, தனிமை விரும்பி, தனிமையிலேயே என்னை உருவாக்கிக் கொண்டு வந்திருப்பதுதான்......."

அவன் தன்னையே விமர்சித்து விளக்கியது அவளுக்கு அவனிடம் அதிகமான பிரியத்தையே விளைவித்தது,

"மற்றவர்களைப் போல உங்களைப் பற்றி நான் நினைக்க வில்லை" என்றாள் பத்மா. "அது தான் தெரிகிறதே, நீங்கள், என்னை அழைத்து மதிப்பும் கௌரவமும் அளிப்பதிலிருந்து, இது நான் எதிர்பாராதது. ஒருநாள் இப்படித் திடீரென்று நீங்கள் என்னை அதிதியாக்கி உபசரிப்பீர்கள் என்று நான் போன வாரம் வரை எண்ணியிருக்க முடியாது. நினைத்தாலும் நடக்கும் என நம்பக் கூடிய காரியமா என்ன எல்லாம் அதிசயங்களாகவே உள்ளன" என்று சிரித்தான்.

"இதிலென்ன அதிசயமிருக்கு! ஒரேமாதிரி எண்ணங்கள், கொள்கைகள், லட்சியங்கள் கொண்ட இருவர் ஒருவர் நட்பை ஒருவர் கோருவது அதிசயமா என்ன?"என்று கேட்டாள்

'இல்லை தான்'

" நீங்கள் சமயம் கிடைத்த போதெல்லாம் இங்கு வர வேண்டும். நமக்கும் நமது இலட்சியங்களுக்கும் நல்லதாக அமையும் நமது நட்பு. இல்லையா? "என்று ஆர்வமாகக் கேட்டாள் பத்மா.

ஆமாம்'

"அப்படியானால் நீங்கள் அவசியம் வருவீர்களல்லவா? கட்டாயம் வாருங்கள்" என்று, அவன் வரவேண்டும் என்ற ஆசையை சொல்லிலும் பார்வையிலும் குழைத்து, உபசரித்தாள். அவனும் அவளை ஏமாற்ற விரும்பவில்லை.

அநேகமாக அடுத்த வாரம் தாத்தா வந்து விடுவார். உங்களைப் பார்க்கவும் உங்களுடன் பழகவும் அவர் ரொம்ப சந்தோஷப் படுவார் என்று உற்சாகமாக மொழிந்தாள் அவள்.

'அவசியம் வருகிறேன்' என்றான் அவன்.

அதற்காக நீங்கள் அடுத்த வாரம் தான் வரவேணும் என்றில்லை'

பத்மா சிரித்தாள். ரகுராமனும் சிரித்துக் கொண்டே விடைபெற்றுப் பிரிந்தான்.

அத்தியாயம் : 7

ரகுராமன், மறு வாரம் வரட்டும் என்று காத்திருக்கவில்லை. இரண்டு தினங்களுக்குப் பின்னர், திரும்பி வந்தான். அவளுக்கு அவன் வருகை கசக்கவில்லை.

அன்று அவன் மாலை நேரத்தில் வந்தான். ரொம்ப நேரம் வரை பேசிக் கொண்டிருந்தார்கள். இருவரது எண்ணங்களும், ஏறக்குறைய ஒரே தடத்தில் ஜோடியாகச் சென்றன. இருவருடைய மனப் பண்பும் ஒத்திருந்தது.

அவர்களுடைய பேச்சில் கலை, இலக்கியம், சமூகப் பிரச்னைகள் எல்லாம் அடிபட்டன. முக்கியமாக, காதல் விவகாரங்களும், அவற்றில் ஈடுபட்டவர்களின் குறுகிய நோக்கமும், களங்கமிலா மனதின் புனிதக் காதலும் இடம் பெற்றன. இருவருக்கும் பரஸ்பரம் கருத்து பரிமாறிக் கொள்வதும், சும்மா பேசிக் கொண்டிருப்பதும் இனிமை மிகுந்த அனுபவமாகத் தோன்றியது. லட்சியமான புனிதக் காதல் அளிக்கும் சுகானுபவம் இதுதான் என எண்ணினாள் பத்மா.

ரகுராமன் மூன்று, நான்கு தினங்களுக்கொரு முறை, அவள் வீட்டுக்கு வர ஆரம்பித்தான். அவனை அவசியம் வந்து போக வேண்டும் என்று வற்புறுத்தினாள் பத்மா. தன் தோழிகளின் கர்வத்தை, அடக்க சந்தர்ப்பம் சுலபமாக, தானாகவே வந்து வாய்த்து விட்டது என நம்பினாள்.

பத்மாவின் தாத்தாவும் வந்து சேர்ந்தார். அவர் வந்தவுடனேயே, அவள் அதிக உற்சாகத்துடன், தனது லட்சிய நண்பன் ரகுராமனைப் பற்றி விரிவாகச் சொன்னாள். மறு நாள்

அவன் வந்ததும், அவனை அவருக்கு அறிமுகம் செய்து வைத்தாள். அவரும் அவனுடன் தாராளமாகப் பேசி ஆராய்ந்தார். மிகவும் நல்ல பையன் என்று பட்டது.

கிழவர் சிரித்துக் கொண்டார். 'இரண்டும் சரியான அசடுகள், மெத்தப் படித்த அசடுகள். ஆனால் நல்லதுக்குத் தான் கூடியிருக்கின்றன. பத்மாவைப் பற்றி இனிக் கவலையில்லை. அவள் தன் வாழ்வைக் கெடுத்துக் கொள்ள மாட்டாள். அவள் வாழ்க்கை அவள் செயலுக்கு மீறிப்பாழாகி விடவும் செய்யாது' என்று புரிந்தது அவருக்கு.

பத்மா இன்னும் விழித்துக் கொள்ளவில்லை. அவனும் அப்படித்தான். இருவர் உணர்வையும் மூடியிருக்கிற லட்சிய-அறிவுப் பனி சீக்கிரமே விலகிவிடும். அப்புறம் இருவருமே சரியான துணையாகி விடுவார்கள். இதை நினைக்கவும் 'நல்ல வேடிக்கை தான் இது. நாமும் ஒன்றும் தெரியாதவன் போல் பார்த்துக்கொண்டே யிருக்கலாம்' என்று தீர்மானித்தார். அத்துடன் விளையாட்டை துரித வினையாக்குவதற்காக 'நீங்கள் தினம் சாயங்காலவேளைகளில் என்ன செய்கிறீர்கள்? உங்களுக்கும்பொழுதுபோகவேண்டும். பத்மாவும் தனியாகத் தான் இருக்கிறாள். உங்கள் பேச்சு எனக்கு நல்ல விருந்தாக இருக்கிறது. தினந்தோறும் சாயங்காலம் இங்கு வாருங்களேன்' என்றார்.

பத்மாவுக்கு இந்த வேண்டுகோள் அதிக மகிழ்வு தந்தது. ரகுராமனுக்கும் பிடித்திருந்தது.

கிழவர் தனிமையில் சிரித்தார். பொங்கும் மகிழ்வை அடக்க முடியாமல் வாய்விட்டுச் சிரித்தார். 'மற்றவர்கள் சொன்னால் பத்மா கேட்கமாட்டாள். வேண்டுமென்றே முரட்டுப் பிடிவாதம் சாதிப்பாள். தானாகவே அத்துபடி காரியங்கள் நடந்தால் தான் அவளுக்குப் புரியும் என்று தனக்குத் தானே உபதேசித்தார் அவர்.

அத்தியாயம் : 8

காலம் ஓடிக் கொண்டிருந்தது.

பத்மா ரகுராமன் இருவரிடையிலும் வளர்ந்த அன்பு முற்றி வந்தது. ஆணும், ஆணும் நல்ல நண்பர்களாக வாழ முடிவது போலவே, ஆணும், பெண்ணும் விகார நினைவுகளுக்கு இடம் கொடாமல், நட்பு முறையிலே பழகலாம் என்பதற்கு தாங்களே உதாரணம். நாங்கள் இவ்வித நட்பை—மருவிலா அன்பை... வளர்த்து புனித வாழ்வு வாழ்வோம் என்று பத்மாவும், ரகுராமனும் நினைத்தார்கள்.

அவர்களின் உறவு நெருக்கம் கனத்து வருவதைக் கண்டு, கிழவர் சிரித்தார். அவருக்கு எல்லையிலா மகிழ்வு. அதன் காரணம், பத்மாவுக்குப் புரியவில்லை. தான் உல்லாசமாக இருப்பதனால், அவர் உற்சாகம் அதிகரித்திருக்கிறது என்று நம்பினாள்.

பத்மாவுக்கு, அவளது உணர்ச்சிகளையே புரிந்து கொள்ள முடியவில்லை என்றே கூற வேண்டும். ரகுராமன் எப்போ வருவான், எப்போ வருவான் என்று ஆவலுடன் எதிர்பார்ப்பதை அவள் தடுக்க முடியவில்லை. அவன் தூரத்தில் வருகிறான் எனத் தெரிந்ததும், எழும் உணர்ச்சிக் கிளுகிளுப்பை ஒடுக்க இயலவில்லை. அவன் வரும் முன், கண்ணாடி முன் நின்று சிரத்தையோடு அழகு செய்வதை அவள் குறைக்கத் தயாராகயில்லை. அவன் வர நேரமாகிவிட்டால், 'ஏன் இன்னும் வரக் காணோம்?' என்று கவலைப்பட்டு அமைதியற்றுத் திரிவதன் அர்த்தத்தைப் புரிந்து கொள்ளும் சக்தி அவளுக்கில்லை. ஒருநாள் அவன் வராமல் போனால், அவளுக்கு ஏற்படும் ஏமாற்றமும், அதனால் பிறக்கும் சிடுசிடுப்பும், பிறரிடம் சீறி விழும்

பண்பும், எதிர் குணங்கள் என அவளால் அறிய முடியவில்லை. ஒரு நாள் வராமல், மறு நாள் வந்து சேர்ந்தால் அவளுக்கு உண்டாகும் உணர்ச்சிப் புளகிதத்துக்கு, பேரானந்தத்துக்கு, என்ன பொருள் என்று விளங்கிக் கொள்ளும் சக்தியில்லை. பகலிலும், இரவிலும், கனவிலும், நனவிலும், தான் ரகுராமனின் நினைவாகவே மாறி வருவதன் வயணமென்ன என்பதும் அவளுக்குத் தெரியாது.

மொத்தத்தில் தான் அதிசயப் பிறவியல்ல, அதீதமான குணங்கள் பெற்ற லட்சியப் பெண் அல்ல; சாதாரணமான பெண்தான் என்பதை உணர்த்த எல்லாச் சம்பவங்களும் பயன் பட்டாலும், பத்மா அவற்றினால் உண்மையை உணரவில்லை.

பத்மாவின் தாத்தா அவர்களை நன்றாகக் கவனித்து வந்தார். எல்லாரையும் பற்றுகிற 'வியாதி' அவளையும் சரியாகப் பிடித்துக் கொண்டது என்பதில் அவருக்கு வெற்றி, மகிழ்ச்சி.

அத்தியாயம் : 9

வாழ்க்கை சாரமற்றது; வரண்ட பாலை அது என்று எண்ணி வாழ்ந்த ரகுராமனுக்கு, வாழ்வு பசுமையானதாக முடியும் ; தென்றல் தவழும் சோலையாகவும், குளிர் பூம்புனல் சுனையாகவும் மாற முடியும் என நிரூபித்து வந்தது, பத்மாவின் நட்பும், அவள் காட்டி வந்த அன்பும்.

முதலில் சாதாரண அறிமுகம் என நினைத்தான். பிறகு இனிய நட்பு என எண்ணினான். பின் ஒத்த மனமுடைய, உயர்ந்த நோக்குடைய, இருவரின் ஆத்மீக அன்பு என்று நம்பினான். என்றாலும், காலப் போக்கிலே அறிவையும், ஆத்மீக நினைவையும் பின்னுக்கு நிறுத்தி, உணர்வு வெற்றிகரமாக முன்னேறுகிறது என்பதை அவன் புரிந்து கொண்டான்.

அவளும் அவனும் எதிர் எதிராக இருந்து பேசிச் சிரித்து மகிழும்போது ஆத்ம இன்பத்தை விட புலன்கள்தான் அதிக இன்பம் பெறுகின்றன; இன்னும் அதிகமான இன்பம் பெறவேண்டும் என்ற பசி வளர்கிறது என்பதை அவன் புரியத் தொடங்கினான். பத்மாவின் சுழலும் கண்கள், எடுப்பான நாசி, அழகுக் கன்னங்கள், அமுத ஊற்றுப்போன்ற உதடுகள், அவள் சிரிப்பு, அவள் பேச்சு, அவள் கழுத்து, அவள் தேகத்தின் - பெண்மையின் இளமையும் வளமும் மினுமினுப்பும் நிறைந்த-அங்கங்கள் ஒவ்வொன்றும் அவனுக்குக் கிரக்கம் ஏற்படுத்தின. அவனைப்பித்தேற்றிப்படாத பாடு படவைத்தன. இவை உணர்வின் பிசகு என்பது அவனுக்கு நன்றாகத் தெரியும். எனினும், முற்றி விட்டது!. இனி ஒடுக்கமுடியாது என உணர்ந்தான்.

பத்மா தன்னைப் பற்றி என்ன நினைப்பாள்; எப்படி அவள் முகத்தில் விழிப்பது தானும் மற்றவர்களைப்போல

வெறித்தனம் மிக்கவனே; களங்க நினைவுக்கு இடமே தராத புனிதனல்ல; ஆத்மீகக் காதலுக்கு உகந்த உத்தமன் அல்ல என்றறிந்ததும் 'சீ' இவ்வளவுதானா!' என்று இகழமாட்டாளா" என நினைத்தான்.

அவனுக்கு ஐயம் பிறந்தது. எனக்கே இப்படி என்றால், பல வருஷங்களாக ஒதுங்கி வாழ்ந்து ஓரளவு கட்டுப்பாடுகளை நிர்ப்பந்தமாக அனுஷ்டித்தே தீரவேண்டிய நிலையிலிருந்த எனக்கே இக் கதியென்றால், பத்மாவுக்கு? அவளோ செல்வத்தில் வளம் எதுவும் குறையாமல் வாழ்ந்துவரும் மங்கை. இளம் பருவம். அவள் உண்மையிலேயே உணர்ச்சிகளை வென்றுவிட்டாளா? அது எப்படி சாத்தியம்?— இந்த எண்ணம் எழவும், அவளை, அவள் செயல்களை நன்றாக கவனித்தான்.

பத்மாவின் பேச்சுக்கும், போக்குக்கும் பல மாறுபாடுகள் ஏற்பட்டுள்ளன; உணர்ச்சியின் லீலைகள்தான் அவை என்பதை அவன் புரிந்து கொண்டான். அவள் தோல்வி— அவனுடைய தோல்வியும்தான்... அவனுக்கு சந்தோஷமே தந்தது. ‘சரி நடக்கிறபடி நடக்கட்டும்!’ என்று விட்டு விட்டான். ஆகவே, அவனும் இயல்பான ரீதியிலே, விளைய வேண்டிய முடிவை எதிர் நோக்கியிருந்தான்.

அத்தியாயம் : 10

அந்த நாளும் வந்தது!

அன்று பௌர்ணமி. சில மோகன சக்தியோடு, பூமியை எழில்மிகு வெள்ளிமயப் பனி நிலமாய் மாற்றிக் கொண்டிருந்தது. நிலவின் காந்தம், கடல் அலைகளை மட்டுமல்ல. எண்ணற்ற மனிதரின் உணர்ச்சிகளிலும், ஏறலை இறங்கு அலைகள் காட்டிக் கிளுகிளுப்பு உண்டாக்கியது.

பத்மாவும், ரகுராமனும் சந்திரிகையின் மோகனத்தில் சொக்கி, தம்மை மறந்த லயத்தில் நீந்த முயன்றனர். சூழ்நிலை அழகும், குளிர் இரவும், தனிமையும், நிலவும் அவனையும், அவளையும் உணர்ச்சிப் பரவச மிகுதி நிலைக்கு உந்திக் கொண்டிருந்தன. அவர்கள் பேச்சு இயல்பாக இலக்கியக் காதல் உலகில் வட்டமிட்டு வந்தது. ரோமியோவும், ஜுலியட்டும், லைலாவும் மஜ்னுவும் இன்னும் பல காவிய நாயக, நாயகிகளும் அவர்கள் மனத் திரையில் புகையாகப் படர்ந்து, பேச்சுப் பரப்பில் நிழலாக ஆடித் திரிந்தனர். முழு நிலா தன் வேலையை ஒழுங்காகச் செய்து கொண்டிருந்தது.

பத்மாவுக்கு உள்ளமும், உடலும் என்னவோ போல் வந்தது. தேகம் கதகதத்துக் கொண்டிருந்தது. அவள் பார்வை அவன் மீதே விளையாடியது. அவளை யுணராமலே பெருமூச்சு விட்டாள் அவள் அடிக்கடி. அவன் அழகு, அவன் தோற்றம் - நிலவிலே குளித்து மோகனமாக விளங்கும் அவனே -அவளை வாட்டி வதைப்பதை அவள் உணர்ந்தாள். அவன் உடலைத் தொடவேண்டும்; அவன் கன்னத்தை அன்பாக வருடவேண்டும்; அவனது மினுமினுக் கூந்தலிலே விரல்களை ஓடவிட்டு விளையாடி மகிழவேணும்;

அப்படியே அவனை ஒரு முத்தம் இட்டால்தான் என்ன என்ற எழுச்சி பிறந்துகொண்டிருந்தது அவள் உள்ளத்திலே.

அவனுக்கும் அப்படித்தான். இன்ப நிலாச் சோறுபோல் அவள் இருந்தாள். ஆனால் அவளை அவன் தொடமுடியாது. தொடக்கூடாது என்று அவர்களது லட்சியக் கொள்கை தடை விதித்து விட்டது. அவனாக ஒன்றும் செய்யமுடியாது அவளை அணுகக்கூடாது. அவள் பட்டுக் கன்னத்தை வருடினால், அவளேயே கட்டியணைத்து முத்தமிட்டால் அப்பொழுதுதான் இந்த நிலவு வீண்போகாது. ஊம் என்ன பயன்!........ அவனும் எரிக்கும் நெடு மூச்செறிந்தான். தன்னை மறந்து கனவின் இனிமையிலே மயங்கிவிட, கட்டிலில் துவண்டு விழுந்து கண்களை மூடினான்.

அவனையே அவள் பார்த்தாள். உயிரோவியம்போல், பனிவண்ணப் பளிங்குச் சிலைபோல் கிடந்தான் அவன். அவன் முகத்தை, கருங்கூந்தலைத் தொட்டுத் தடவவேண்டும் எனும் ஆசையை அடக்க முடியவில்லை அவளால். ஆசை வெறியாகியது. நிலவும் காற்றும் இரவும் தங்கள் வேலையைச் செய்தன.

அவள் எழுந்து, மெதுவாக-அவன் விழித்து விடக்கூடாது என்று ஜாக்கிரதையாக-நடந்தாள். தொட்டாள். கன்னங்களைத் தொட்டாள். அவன் மேனியைத் தொட்டாள். கூந்தலில் விரல்களை ஓட விட்டாள். கண்டிரா இன்ப உணர்ச்சி-உணர்வின் பெருக்கு-அவள் உள்ளத்தில் ; உடலில்.

அந்த ஸ்பரிசம் அதை உறுதி செய்தது. அவன் உணர்வுத் தீயை மீண்டும் கிளறிவிட்டது. அதிகம் எவ்விடச் செய்தது. அவன் கண்விழித்து அவளையே பார்த்தான். பார்வையால் விழுங்கினான்.

'பத்மா' என்றான் உணர்ச்சியோடு. அவள் அவனருகில் அமர்ந்தாள். 'ரகு....ரகுராமா!' அவள் முகம் தாழ்ந்தது. தாழ்ந்து..... தாழ்ந்து.... அனல் துண்டங்கள் போன்ற உதடுகள் இலேசாகப் பிரிந்து துடித்து நிற்கத் தாழ்ந்து....

'பத்மு!' என்று ஆவலோடு கரங்களை வளைத்து அவள் கழுத்தில் சேர்த்தான் அவன்.

அவள் முகம் அவன் முகம் சேர்ந்தது. உதடுகள் உதடுகளைக் கூடின. முத்தம்.

முதல் முத்தம் 'இச்' என்று ஒலித்தது. அது உணர்ச்சியின் வெற்றிக்குரல். அறிவு வகுத்த அதீதமான ஆத்மக் காதல்-லட்சியக் கனவுகளுக்கு அடிக்கப்பட்ட சாவுமணியின் மெல்லிய ஓசை.

அவள் சிறிது விலகினாள். அவன் உணர்வுடன் அவளைப் புல்லி, கன்னத்தில், கண்களில், மூக்கில், உதடுகளில், நெற்றியில் எங்கும் முத்தமிட்டான். முத்தமிட்டுப் பல முத்தமிட்டுப் பல முத்தங்களிட்டு.........

இன்ப ஒலிப்பு. வாழ்க்கை மறுமலர்ச்சிக்கு வரவேற்பு கூறும் இனிய மணியோசைபோல ஒலித்தது. 'இச்' 'இச்' எனும் முத்த நாதம் !

★ ★ ★

www.ingramcontent.com/pod-product-compliance
Lightning Source LLC
LaVergne TN
LVHW010059061026
849532LV00005BA/1861
* 9 7 8 8 1 9 9 0 3 4 3 1 0 *